T

SwAt

My School

મારી નિશાળ

Acknowledgements

The author, photographer and publisher would like to thank Adzo and Koffi, and their parents, Mr and Mrs Doamekpor, for their help and hospitality. They would also like to thank the headteacher and staff of Ferry Lane JMI School, Haringey, and all Adzo's classmates for their kind co-operation.

Every child and every family is unique. The family depicted in this story is in no way intended to be representative of any racial or social group.

Copyright © 1987 Jennie Ingham.
Illustrations © 1987 Judi Willerton.
Gujarati translation by Niru Desai
Checked by Bindu Dave
First published 1987 by Blackie and Son Ltd.

British Library Cataloguing in Publication data available.
   ISBN 0-216-92165-1

Paperback edition
   ISBN 0-216-92280-1
   CIP data available

Blackie and Son Ltd
7 Leicester Place
London WC2H 7BP

Typesetting by Interlingua T.T.I.
Printed in Great Britain by Blantyre Printing and Binding Co. Ltd., Glasgow and London

My School

**Jennie Ingham
and Judi Willerton**

મારી નિશાળ

જેની ઇન્ગહમ
તથા જુડી વિલર્ટન

Blackie

My name is Adzo. This is Mummy getting me ready for school. My little brother, Koffi, is putting on his shoes. He takes ages!

મારું નામ આજ્જો છે. મારી મમ્મી મને નિશાળે જવા માટે તૈયાર કરે છે. મારો નાનો ભાઈ કોફી જોડાં પહેરે છે. કલાકો લે છે જોડાં પહેરતાં!

Mummy takes Koffi and me to school. Koffi is in the nursery class. I meet all my friends in the playground.

મમ્મી કોફીને તથા મને નિશાળે લઈ જાય છે. કોફી નર્સરી કલાસમાં છે. મારા બધા દોસ્તોને રમતનાં મેદાનમાં મળું છું.

In the classroom my teacher says, 'You look smart today, Adzo.' I give her my dinner money.

કલાસરૂમમાં મારા શિક્ષક કહે છે, 'તું આજે રુઆબદાર લાગે છે આજ્જો.' હું તેમને મારા ડીનરના પૈસા આપું છું.

LETTERS
The Shopping Basket
John Burningham
One-Eyed Jake
The Lighthouse Keeper's Lunch
Mr Wolf and his Tail
mug
window

Today we have games outside. I skip with my friend.
I can skip backwards as well.

આજે અમારી રમતગમત બહાર થવાની છે. હું મારા દોસ્ત સાથે દોરી કૂદું છું. હું પાછળ જતાં જતાં પણ દોરી કૂદી શકું છું.

I am learning to tell the time. I put the numbers on the clock and move the hands.

હું સમય જોતાં શીખું છું. ઘડિયાળ પર નંબર મૂકીને હું તેના કાંટા ફેરવું છું.

At dinner time we can play on the grass. Today we are pretending to feed the baby.

ડીનરના સમયે અમે ઘાસમાં રમી શકીએ છીએ. આજે અમે બેબીને ખાવાનું આપવાનો ડોળ કરીએ છીએ.

After lunch, we have singing. It is great fun doing the actions. Everybody laughs.

લંચ પછી અમે ગાઇએ છીએ. અભિનય કરવાની ખૂબ જ મઝા પડે છે. દરેક જણ હસે છે.

BMX

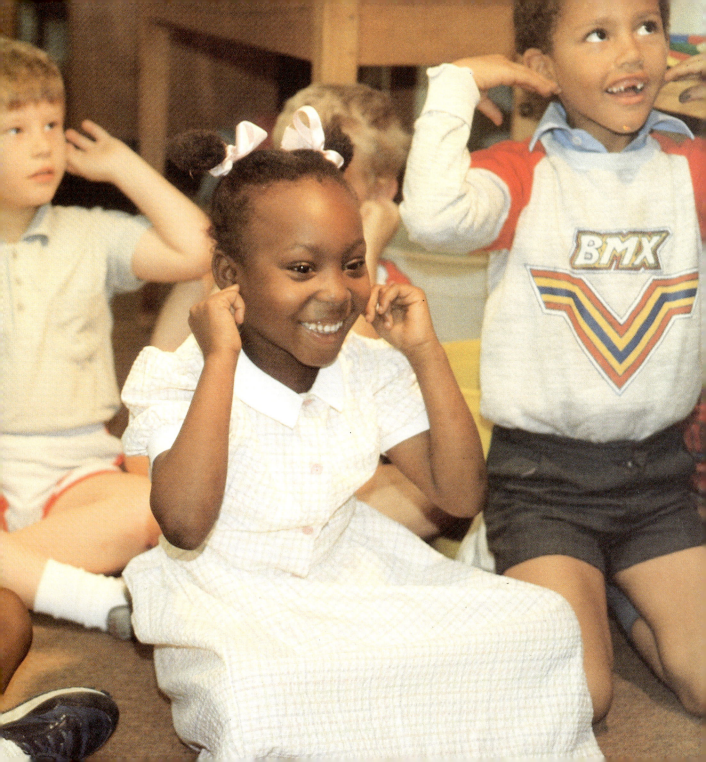

I like playing at shops, because we can dress up. Adam has to weigh the fruit. 'That will be 20 pence, please,' he says.

મને દુકાનમાં રમવું ગમે છે, કારણ ત્યાં અમે વેશ પહેરી શકીએ છીએ. આદમે ફળ જોખવાનાં છે. 'આના ૨૦ પેન્સ થશે,' એ કહે છે.

FRANCE

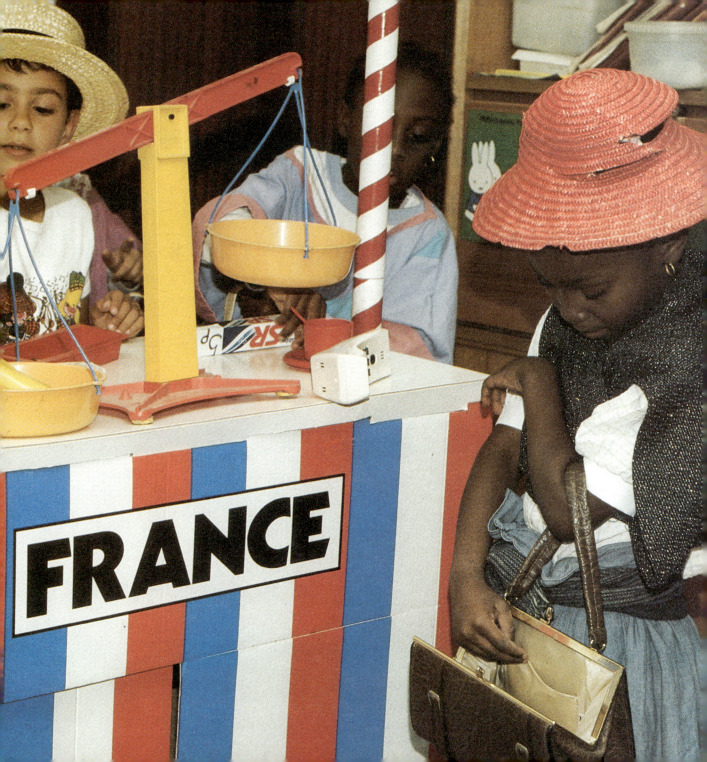

It is nearly time to go home. My teacher says, 'I think you've grown Adzo. Let's measure you.' I have grown one centimetre.

ઘરે જવાનો લગભગ સમય થયો છે. મારા શિક્ષક કહે છે, 'મને લાગે છે કે તું ઊંચો વધ્યો છે, આજ્જો. ચાલ તને માપી જોઉ.' હું એક સેન્ટીમીટર વધ્યો છું.

a tall girl.
Delphina
a short house
a tall
tree.
tall and
tall and

I meet Koffi from the nursery. He has paint on his hands and on his nose. We both have lots to tell Mummy and Daddy.

હું કોફીને નર્સરીમાંથી મળું છું. એનાં હાથ ને નાક પર રંગ લાગ્યો છે. અમારે બંનેએ મમ્મી તથા ડેડીને ઘણું કહેવાનું છે.

Adzo and Koffi's parents come from
Togo in West Africa.

Pronunciation

Adzo's name is pronounced *Adjo*.

The **All About Me** Series

Me Playing
English Language only
English/Bengali
English/Gujarati
English/Punjabi
English/Urdu

My School
English Language only
English/Bengali
English/Gujarati
English/Punjabi
English/Urdu

My Favourite Things
English Language only
English/Bengali
English/Gujarati
English/Punjabi
English/Urdu

Me Shopping
English Language only
English/Bengali
English/Gujarati
English/Punjabi
English/Urdu

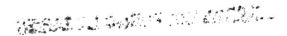